கோமளத்தின் கோபம்

கா. ந. அண்ணாதுரை

Title: Komalathin Kobam

Author: C. N. Annadurai

Language: Tamil

First Published on: 1939

Year of Publication: 2024

Book Format: Paperback

*Page Size: 6inch * 9inch*

Category: Fiction

Subject: Short Novel

No. of pages: 40

ISBN: 978-81-987963-2-5

Published by: Nilan Publishers, Madurai, Tamilnadu, India

பொருளடக்கம்

குறிப்புகளுக்காக

கோமளத்தின் கோபம்

பகுதி: 1

“விடுதலை! வந்துவிட்டது தங்கத்திற்கு! லிங்கத்தின் பாடு கொண்டாட்டந்தாண்டா. இனி மேலே அவன் அவன்தான்; நாம்ப நாம்பதான்.”

“நம்மை எல்லாம் மறந்து விட்டாலும், நாராயணனை மாத்திரம் மறக்கமாட்டான். அவங்க இரண்டு பேரும், வந்த நாளா ஜோடி போட்டுக்கிட்டாங்க. என்னமோ சூது இருக்கு.”

“நாராயணன் மந்திரக்காரனாச்சே! ஏதாகிலும் மந்திரம் கிந்திரம் கற்றுக் கொடுத்திருப்பான்.”

“மந்திரமாவது தந்திரமாவது! மந்திரம் தெரிந்தவன், இங்கே யேண்டா வந்து மாட்டிக்கிட்டு கம்பி எண்ணிக்கிட்டு கிடக்கிறான்.”

“இங்கேன்னா என்னடாப்பா! இந்தே பெரிய வூடு உங்க அப்பங் காலத்திலே கண்டெயா? நம்ம ராணியம்மா சத்திரத்திலே மணியடிச்சா சோறு; மயிர் முளைச்சா மொட்டை”

“தன்னானே தானென்ன
தன்னான தன்னானே.”

“சாலையிலே ரெண்டுமரம்
சர்க்காரு வைத்தமரம்...”

வார்டர் நம்பர் 9, ரொம்ப முரட்டுப் பேர்வழி “பைல், பைல்” என்று கூவினால், எவ்வளவு முரட்டுக் கைதியும், பெட்டியில் போட்ட பாம்பு போலத்தான்! அவனும் வந்தான்! நாம் மேலே தீட்டியபடி வம்பளந்து கொண்டும், பாடிக் கொண்டுமிருந்த கைதிகள், பேச்சை நிறுத்திக்கொண்டு சிமிட்டி திண்ணை மேலே சிவனே என்று உட்கார்ந்து விட்டார்கள்.

சிறையிலே எல்லா வார்டரும், கைதிகளும் மனிதர்கள் தானே என்றா எண்ணுவார்கள். வீடுவாசல், குழந்தை குட்டி, பெண்டுகளை விட்டுப் பிரிந்து தனித்து வந்து இருப்பவர் ஏதோ பேசிப் பாடி ஆடி, பொழுதைப் போக்கட்டும் என்று விட்டு விடுவார்களா?

அதிலும், சீப் வார்டராக வேண்டுமென்ற ஆசை 9-க்கு அதிகம். ஆகவே, ஏகதடபுடல். அதிகாரம்! கைதிகளை மிகக் கண்டிப்பாக நடத்துவது வாடிக்கை.

லிங்கத்துக்கு அன்று விடுதலை! முக்கா போர்டிலே பேர் விழுந்தது. ஐந்து வருடம் தண்டனை அவனுக்கு. உள்ளே வந்து மூன்று வருஷமாச்சு. இரண்டு வருஷமிருக்கும்போதே ஓர் அதிர்ஷ்டம். விடுதலை! அப்பா! இனி சூரியனையும், சந்திரனையும், வானத்தையும், நட்சத்திரத்தையும் பார்க்கலாம்! வீதியிலே உலாவலாம்! கடை வீதி செல்லலாம். கீரையுந்தண்டுமே மூன்று வருஷமாகக் கண்டு சலித்துப் போனவன் இனி வாய்க்கு ருசியாக எதையாவது உண்ணலாம். ராஜா அவன் இனி மேலே! விடுதலை வந்து விட்டது. அதோ வந்து விட்டான் வார்டர்.

"டே லிங்கம்! எங்கே எடு படுக்கையைச் சுருட்டு! கம்பளியை" என்றான். ஒரு படுக்கையைச் சுருட்டினான்; குதித்தான். கம்பளியை எடுத்துக் கொண்டான். அவனைச் சுற்றிலுமிருந்த கைதிகளை நோக்கினான் ஒரு முறை. அவர்கள் தலையை ஆட்டினார்கள். இவன் பல்லைக் காட்டினான்.

மூலையில் உட்கார்ந்து கொண்டிருந்த நாராயணன் தள்ளாடி நடந்து வந்தான் லிங்கத்திடம்! நாராயணன். கிழவன் பாவம். ஜென்ம தண்டனை! உள்ளே வந்து எட்டு வருடத்திற்கு மேலாயிற்று. உலகத்தை அவன் மறந்தே விட்டான். லிங்கத்திடம் அவனுக்கு ஓர் ஆசை. லிங்கத்துக்கும் அப்படியே.

"லிங்கம்! இனிமேலே புத்தியா பிழை. பார்த்தாயே. இங்கே படறபாட்டை" என்றான் நாரயணன்.
லிங்கம் பதில் சொல்ல எண்ணினான். ஆனால் துக்கம் தொண்டையை வந்து அடைத்துவிட்டது.

“வருகிறவனெல்லாம் இப்படித்தான் போறப்போ புத்தியோடு இருப்பதா பேசுவான்! புத்தியாவது வருவதாவது” என்றான் வார்டர்.

‘மார்ச்’ என உத்திரவிட்டான்

மூன்று வருஷமாக வார்டர் எத்தனையோ தடவை, உத்தரவிட்டிருக்கிறான். அப்போதெல்லாம் தோன்றாத ஒரு புதிய சந்தோஷம் இந்த உத்தரவைக் கேட்டதும் வந்தது.

மார்ச்! புறப்படு! போ வெளியே!

எங்கே? உலகத்துக்கு! சிறைக்கதவு திறந்து விட்டது. கூண்டைவிட்டுக் கிளம்பு. போ வெளியே! பார் உலகை! நீ பல நாளும் பார்க்காது மனம் வெந்து, மண்ணைத் தின்று கொண்டிருந்தாயே, இனி உலகத்துக்குப் போ! உன் மக்களைப் பார்! என்றல்லவோ அந்த உத்தரவு சொல்லுகிறது.

பார்க்கும்போதே யமன் போலத் தோழனாகத் தோன்றினான்.

ரொம்ப குஷாலாகத்தான் நடந்தான். வார்டர் பொழுது போக்க வேண்டி, “டே! லிங்கம் யாராவது வந்திருப்பார்களா வெளியே உன்னைப் பார்க்க” என்று கேட்டான்.

லிங்கத்துக்குத் துக்கம் பொங்கிற்று! கைகால்கள் நடுங்கின. கோமளத்தை எண்ணினான். கண்களில் நீர் ததும்பிற்று.

மாதச் சம்பளத்திற்கு மாரடிக்கும் அந்த வார்டருக்கு லிங்கம் கொலைக்கேசில் சம்பந்தப்பட்டு, 5 வருஷம் தண்டிக்கப்பட்ட கைதி என்பது தெரியுமே தவிர, லிங்கத்தின் உள்ளம் என்ன தெரியும்? லிங்கத்தின் மனத்தை அந்த நேரத்தில் கலக்கிய அந்தக் கோமளத்தைப் பற்றித்தான் என்ன தெரியும்?

உங்களுக்குத்தான் என்ன தெரியும்? லிங்கம் ஒரு கைதி! ஆகவே அவன் வெறுக்கப்பட வேண்டியவன் என்று வாதாடு வீரர்களே தவிர, லிங்கம் ஏன் கைதியானான், எது அவனை அந்த நிலைக்குக் கொண்டு வந்தது என்பது உங்களுக்கு என்ன தெரியும்?

என்ன உலகமிது? ஏழைக்கு உலகமா? ஏழையின் மனம் புண்பட்டால், அதை ஆற்றும் உலகமா? அல்ல! அல்ல! ஏழையின் துயரைப்பற்றி எள்ளத்தனை சிந்தனையும் செய்யாது ஏழை மீது ஏதேனும் பழி சுமத்தப்பட்டாலும் "ஆமாம் அவன் துஷ்டன்! செய்துதான் இருப்பான்" என்று சாதிக்கும் உலகமாச்சே.

* * *

அன்று, ஒரே கருக்கல்! இருட்டுடன் மேகம், அடிக்கடி இடி, காது செவிடுபடும்படி. மின்னல் கண்களைக் குத்துவது போல. பிசுபிசுவெனத் தூறல். லிங்கம் மாட்டுக் கொட்டிலுக்குப் பக்கத்திலே தனக்கென விடப்பட்டிருந்த அறையிலே படுத்துத் தூங்கிக் கொண்டிருந்தான். அந்த நேரத்திலே கோமளத்தைப் பற்றித்தான் கனவு கண்டு கொண்டிருந்தான். இரவு 12 ஆயிற்று. அவன் அறையின் கதவு மெதுவாகத் திறக்கப்பட்டு, கறுப்புக் கம்பளியால் தன்னை முழுதும் மறைத்துக் கொண்டிருந்த ஓர் உருவம் உள்ளே நுழைந்தது. அதுதான் கோமளம்.

மிஸ். கோமளம் சார், மிஸ் கோமளம். லிங்கத்தின் சின்ன எஜமானி! வக்கீல் வரதாச்சாரியின் சொந்தத் தங்கை. ரொம்ப அழகி. மகா கைகாரி! சூதுவாது அறியாத லிங்கத்துக்கு மோகமெனும் அபினியை நித்த நித்தம், சிரிப்பாலும், சிமிட்டலாலும் ஊட்டி வந்தவள்.

லிங்கம் ஒரு காலத்தில் அந்த ஊருக்கே பெரிய தனக்கார ராக இருந்த மண்டி மகாதேவ முதலியாரின் மகன். கோமளத்தின் தகப்பனார்தான் முதலியார் வீட்டுக்குப் புரோகிதர். புரோகிதம் செய்து சேர்த்த பணந்தான், வரதாச்சாரியை வக்கீலாக்கிற்று. புரோகிதச் செலவுடன் புதுச்சத்திரம் கட்டுதல், கோதானம் அளித்தல், கும்பாபிஷேகம் செய்தல் முதலிய கைங்கரியங்களை 20 ஆண்டு விடாமல் செய்தான், மண்டி மகாதேவ முதலியார், 10,000 ரூபாய் சொத்தும் இருபதனாயிரம் கடனும், மகன் லிங்கத்துக்கு வைத்துவிட்டு இறந்தார். போனால் போகிறது என்று வக்கீல் வரதாச்சாரி, வேலையின்றித் திண்டாடிக் கொண்டிருந்த லிங்கத்துக்குக் கட்டுத்தூக்கும் வேலைகொடுத்து தன் வீட்டிலேயே சோறும், மாட்டுக் கொட்டிலுக்கு மறு அறையில் அவனுக்கு

இடமும் கொடுத்தார். லிங்கத்தின் தாய், மகனுடைய நிலை, புரோகிதர் மகனுக்குப் போக்குவரத்து ஆளாக மாறும் வரை இல்லை. அந்த அம்மை ''அகிலாண்ட நாயகியின் அனுக்கிரகத்தால்'' கணவனுக்கு முன்னதாகவே இறந்து விட்டாள். அப்போதுகூட இருபது பிராமணாளுக்கு வேஷ்டி வாங்கி தானம் செய்தார், லிங்கத்தின் தகப்பனார்.

உள்ளே நுழைந்த கோமளம் மெல்ல தட்டி எழுப்பினாள் லிங்கத்தை! எப்படி இருக்கும் அவனுக்கு. தான் கண்டு கொண்டிருந்த கனவில் அதுவும் ஒரு பகுதிதானோ என்று எண்ணினான். மிரள மிரள விழித்தான். கண்களைத் துடைத்துக் கொண்டு பார்த்தான். நிஜமான கோமளம், நிஜமாகவே தன் எதிரில் நிற்கக் கண்டான்.

லிங்கத்துக்குக் கோமளத்தின் மீது அளவற்ற ஆசை! உழைத்து அலுத்துப் படுக்கப் போகும் நேரத்திலும் கோமளம் 'லிங்கம்' என்று கூப்பிட்டால் போதும்; ஓடுவான், அவள் என்ன வேலை சொன்னாலும் செய்ய.

முதலிலே அவன், சினிமாவிலே தோன்றும் பெண்களைப் பார்த்துச் சந்தோஷப்படுகிற அளவுக்குத்தான் இருந்தான். கோமளமும், எந்தச் சினிமாக்காரியின் சாகசம் சல்லாபத்திலும் குறைந்தவளல்ல.

'டால்' அடிக்கிறது உடம்பிலே என்பார்களே, அதை லிங்கம் கோமளத்திடம்தான் கண்டான். ''கண்ணாலே மயங்கி விடுவார்கள் பெண்கள்'' என்று லிங்கம் கதையிலே படித்தது, கோமளத்தைக் கண்ட பிறகுதான் அவனுக்கு உண்மையாகப் பட்டது.

கோமளம், சிவந்த மேனியள்! சிங்கார உருவம்! சிரிப்பும் குலுக்கும் அவளுடைய சொந்தச் சொத்து! பேச்சோ, மிக சாதுர்யம்! ஆடை அணிவதிலோ ஒருதனி முறை! கோமளம், லிங்கத்துக்குச் சரியான மயக்க மருந்தைக் கொடுத்து விட்டாள். லிங்கமும் எட்டாத கனி என்று முதலிலே எண்ணியவன், ''இல்லை! இல்லை! கோமளத்திற்கு என் மீது கொஞ்சம் ஆசைதான். இல்லாவிட்டால் ஏன் என்னிடம் அடிக்கடி கொஞ்சுவது போல் இருக்கிறாள் என்ன இருந்தாலும் நான் என்ன பரம்பரை ஆண்டியா! பஞ்சத்து ஆண்டிதானே'' என்று எண்ணத் தொடங்கினான்!

அவன் மீது குற்றமில்லை! அவள் மீதுகூட அவ்வளவு. குற்றமில்லை. பருவம்! அதன் சேட்டை அது! லிங்கத்துக்கு உலகம் தெரியாது பாபம். அதிலும் கோமளத்தின் உலகம் தெரியாது!

கோமளத்தின் உலகம், மிக பொல்லாதது. ஆனால் பார்ப்பதற்கு ஜொலிக்கும். எரிகிற நெருப்பிலே இல்லையா ஒரு ஜொலிப்பு! விஷப்பாம்பிலே தலைசிறந்த நல்லபாம்புக்கு இல்லையா ஒரு தனி வனப்பு! அதைப்போலக் கோமளத்தின் உலகம்.

அவள் கண்பார்வை, ஒரு மாய வலை, யார் மீது விழுந்தாலும் ஆளை அடிப்படியே சிக்க வைக்கும். அதிலும் லிங்கத்தின் மீது ஒவ்வொரு நாளும் எத்தனையோ முறை விழுந்தபடி இருந்தது. என் செய்வான் லிங்கம்! ஏமாந்தான் அவளிடம்.
தன் காதலைப்பற்றி ஒரு நாளாவது ஒரு வார்த்தையாவது அவளிடம் பேசியதும் கிடையாது. அவன் தன்னிடம் அப்படியே சொக்கிக் கிடக்கிறான் என்பதைக் கோமளம் தெரிந்து கொள்ளாமலும் இல்லை. அதனைத் தடுக்கவும் இல்லை. மாறாக, வேண்டுமென்றே அதனை வளர்த்தாள். தன் அழகைக் கொண்டு அவனை அறிவிலியாக்கினாள். தன் பிரகாசத்தால் அவன் கண்களை மங்கச் செய்தாள். அடிமை கொண்டாள் அவனை. தன் இஷ்டப்படி ஆட்டி வைத்தாள்.

ராவ்பகதூர் ராமானுஜாச்சாரியார் மட்டும் இவ்விதம் தன்னிடம் அடிமைப்பட்டிருந்தால் கோமளம் ஏன் பிறந்த வீட்டிலேயே இருக்கப் போகிறாள். எத்தனையோ பேருக்கு ஏக்கத்தைக் கொடுத்த அவள் அழகும், சல்லாபமும், அவள் கணவன், ராமானுஜாச்சாரிக்கு ஒரு மாற்றத்தையும் கொடுக்க வில்லை. அவர் உண்டு, கீதை உண்டு, ஜெர்மன் நிபுணரின் வீரிய விருத்தி மருந்து கேட்லாக் உண்டு.

ஊடலிலிருந்து, உள்ளபடி சண்டையாகி, பிரதிதினம் சண்டை என வந்து, “இனி உன் முகத்திலேயே நான் விழிக்க மாட்டேன் போ” எனக் கண்டிப்பாகச் சொல்லிவிட்டு, வீடு வந்த கோமளம், ராவ்பகதூரைப் பிறகு கண்ணெடுத்தும் பார்ப்பதில்லை. அவரும் யோகத்தில் இறங்கிவிட்டார். கீதையின் சாரத்தில் மூழ்கிவிட்டார்.

* * *

‘லிங்கம்’ என்றாள் மெல்ல, அந்த மாது. குல தேவதையை நோக்குவதைப் போலப் பார்த்தான் லிங்கம்!
“கோபமா? இந்த நேரத்தில் இங்கு ஏன் வந்தேன்” எனக் கேட்டாள் கோமளம். “கோபமா! எனக்கா! வருமா கோ…” அதற்கு மேல் அவனால் பேசமுடியவில்லை; நாக்கிலே ஒருவிதமான பிசின் வந்துவிட்டது.

“சரி! நான் ஒன்று சொல்கிறேன் கேட்கிறாயா, கேட்பாயா, மாட்டாயா?” என்று கொஞ்சினாள் கோமளம்.

தலையை அசைத்தான். தன்னை மறந்த லிங்கம். காதிலே மந்திரம் ஓதுவதைப் போல ஏதோ சொன்னாள் மாது. லிங்கத்தின் முகத்திலே ஒரு மருட்சி ஏற்பட்டது. “பைத்தியமே! பயமா?” என்று புன்சிரிப்புடன் கேட்டாள் கோமளம்.

அந்தப் புன்சிரிப்பு, அவனை ஒரு வீரனாக்கிவிட்டது.

“எனக்கா பயம்?” என்று கூறினான், “நான் போகட்டுமா. அண்ணா எழுந்து விடுவாரோ என்று பயம்” என்றாள் கோமளம், லிங்கத்தின் தவடையைத் தடவிக் கொண்டே.

கண்கள் திறந்திருந்தும் லிங்கத்துக்குப் பார்வை தெரிய வில்லை.

“செய்” என்று ஈனக்குரலில் பதில் சொன்னான். சரேலெனக் கோமளம் வெளியே சென்றுவிட்டாள். லிங்கம் மறுபடியும் கண்களைத் துடைத்துக் கொண்டு பார்த்தான்-, அவ்வளவும் கனவா நினைவா என்று. தாடை சொல்லிற்று அவனுக்கு நடந்தது கனவல்ல, உண்மைதான் என்று! அந்தக் கொடி இடையாள் கோமளம், அவன் கன்னத்தில் ஒரு முத்தம் கொடுத்துவிட்டுப் போனாள். அந்த முத்திரை இருந்தது அவன் கன்னத்திலும்; அதைவிட அதிகத் தெளிவாக அவன் மனத்திலும்.
உலகம் ஒரு துரும்பு இனி! ஆபத்து ஓர் அணு அவனுக்கு. கோமளத்தின் முத்தம் அவனுக்கு ஒரு கவசம்! ஒண்டி ஆளாக இருப்பினும், உலகம் முழுவதையும் எதிர்க்கலாம் என்ற தீரம் வந்துவிட்டது.

மங்கையரின் மையல், மனிதனுக்கு உண்டாக்கும் மன மாற்றந்தான் என்னே!

என்ன சொல்லிவிட்டுப் போனாள் தெரியுமோ கோமளம்! தனது கணவனை எப்படியாவது அடித்துக் கொன்று விட வேண்டுமென்று சொன்னாள். ஏன்? ராவ்பகதூர் உயில் எழுதி வைத்திருந்தார்; தனக்குப் பிறகு தன்சொத்து, கோமளத்துக்கு என்று. சொத்து கிடக்கிறது; ஆனால் ராவ் பகதூர் செத்தபாடில்லை. கோமளம் எப்படியாவது அவரை ஒழித்துவிட்டால், பணம் கிடைக்கும். படாடோபமாக வாழலாம் என்பது கோமளத்தின் எண்ணம். அதற்காகத் தனது கணவனைக் கொல்ல லிங்கத்தையே கத்தியாக உபயோகித்தாள்.

“அவர் ஒருவர் குத்துக்கல் போல இருப்பதுதான் நமக்குள் தடையா இருக்கிறது. அவர் ஒழியட்டும்; உடனே நாம் உல்லாசமாக வாழலாம்” என்று கூறினாள் கோமளம்.

லிங்கம் அது கொலையாயிற்றே. அதைச் செய்தல் தவறாயிற்றே, ஆபத்தாயிற்றே என்பதைப் பற்றி எண்ணவே யில்லை.

கோமளம் மிக அழகி! தன்னை விரும்புகிறாள். ஆகவே அவள் சொல்வதைச் செய்ய வேண்டும் என்று மட்டுமே எண்ணினான்.

கொலை! குலை நடுங்கும் சொல்லாயிற்றே! ஆமாம்; ஆனால் கோமளமல்லவா சொன்னாள்-, அந்தச் சொல்லை! அதிலே பயமென்ன இருக்கிறது.

‘இவ்வளவுதானா நீ! கையாலாகாதவனே! இதோ நான் என்னை எடுத்துக் கொள் என்று சொன்னேன். என்னை உன்னிடம் வாழவொட்டாது தடுக்கும் ஒரு தடைக்கல்லை நீக்கு என்று சொன்னேன். அது முடியவில்லையே உன்னால்! நீயும் ஓர் ஆண்பிள்ளையா” - என்றல்லவோ கோமளம் கேட்பாள். அவள் பேச்சின் ‘குத்தலை’ச் சொல்லவா வேண்டும்.

கோமளம், நமக்கேன் இந்தத் தொல்லை? போலீசில் மாட்டிக் கொண்டால் வீண் தொந்தரவுதானே. நீயும் நானும் சிங்கப்பூர் போய்விடலாமே. அங்கு என் தங்கை புருஷன் பெரிய பணக்காரர்.

அவரிடம் எனக்கு வேலை கிடைக்கும். நாம் சுகமாக இருக்கலாமே - என்று கோமளத்திடம் கூறவேண்டுமென எண்ணினான் லிங்கம்.

அதை எண்ணும்போதே அவனுக்கு ஓர் இன்பம். நீல நிறக் கடல்! கப்பல் அசைந்து ஆடிச் செல்கிறது! அவனும் கோமளமும் சிங்கப்பூர் செல்கிறார்கள். லிங்கம் மோகன ராகம் பாடுகிறான். கோமளம் புன்சிரிப்புடன் அவனை நோக்குகிறாள்.

இதெல்லாம் அவனுடைய மனக்கண் முன்பு தோன்றிய படக்காட்சி. சரி! ஒருமுறை கோமளத்திடம் இந்த ஏற்பாட்டைச் சொல்லிப் பார்ப்பது என்று எண்ணினான். இப்போதே சொல்வது என எண்ணம் தோன்றிற்று. எழுந்தான், நேராக கோமளத்தின் படுக்கை அறைப்பக்கம் சென்றான்.

கோமளம் சிரித்த சத்தம் கேட்டது! மணி ஓசை போன்ற குரல்.

“மாட்ட வைத்துவிட்டாய் லிங்கத்தை” என்று மற்றொரு குரல் பேசுவதும் கேட்டது.

திகைத்து அப்படியே நின்றுவிட்டான் லிங்கம். படுக்கை அறையிலே அந்தப் பாதகி, பரந்தாமன் என்னும் வக்கீலின் மோட்டார் டிரைவருடன் கொஞ்சுகிறாள். “அந்தக் கிழத்தின்மீது இந்தக் கிறுக்கனை ஏவி விட்டேன். இவனுக்குத் தலைகால் தெரியவில்லை. அவ்வளவு ஆசை இந்தத் தடியனுக்கு என் மேலே. உனக்குத்தான் என் மேலே அவ்வளவு ஆசை கிடையாது” என்றாள் கோமளம்.

“பாவி! பாதகி! பழிகாரி! குடிகெடுக்கும் கோமளம் - திறடீ கதவை - ஐய்யா! வக்கீலய்யா, எழுந்திருங்கள்! வாருங்கள்; இங்கே வந்து பாருங்கள், இந்த நாசகாரி செய்யும் வேலையை. டேய், பரந்தாமா, வாடா வெளியே! மோட்டார் ஓட்டறயா மோட்டார். கோமளம்! நான் தடியனா, கிறுக்கனா, வெறியனா, திற கதவை. ராவ் பகதூரைக் கொல்லச் சொன்னாயே உன் கழுத்தை ஒடித்துவிட்டு மறுவேலை பார்க்கிறேன்...” என லிங்கம் ஆவேசம் வந்தவன்போல அலறினான். வீடு பூராவும் அமர்க்களமாகிவிட்டது. அண்டை எதிர்வீட்டுக் கதவுகள் திறக்கப் பட்டன. அறையைத் திறந்துகொண்டு பரந்தாமன் பயந்து கொண்டே வெளியே வந்தான்.

அங்கொரு கட்டை கிடந்தது. தூக்கினான லிங்கம் அதனை. கொடுத்தான் ஓர் அடி பரந்தாமன் தலைமேல். இரத்தம் குபீரென வெளியே வந்தது. கோமளம் கோவெனக் கதறினாள். வக்கீல் வாயிலே அறைந்து கொண்டார். தெருமக்கள் கூடிவிட்டனர்.

ஆ! ஆ! என்ன அநியாயம்! அடே லிங்கம், கொலைகாரா! பிடி, உதை, அடி! போலீஸ், போலீஸ்!!

எல்லோரும் லிங்கத்தின் மீதே பாய்ந்தனர்.

* * *

“நான் விடியற்காலை வெளியே போகவேண்டுமென மோட்டார் டிரைவரை இங்கேயே இரவு படுத்திருக்கச் சொன்னேன். அவனை அநியாயமாக இந்தத் தடியன் அடித்துப் போட்டு விட்டானே” என்றார் வக்கீல்.

“நடு இரவில் என்னை வந்து எழுப்பி, தகாத வார்த்தைகள் பேசினான். நான் கூவினேன்; பரந்தாமன் ஓடிவந்தான். இந்தப் பாவி அவனை அடித்துவிட்டான்” என்றாள் கோமளம்.

பரந்தாமன் கோர்ட்டுக்கு வர முடியவில்லை. அடிபட்ட 5 நாளில் அவன் ‘அந்த லோகம்’ போய்விட்டான். லிங்கம் ரிமாண்டில் இருந்தான்.

வழக்கு முடிந்தது. ஐந்து வருடம் கடுங்காவல் தண்டனை கிடைத்தது லிங்கத்துக்கு. அந்த நேரத்தில் கோர்ட்டில் வந்திருந்த கோமளத்தை அவன் பார்த்த பார்வை அவளை அப்படியே அலற வைத்துவிட்டது.

சிறையினின்று வெளிவரும்போது, லிங்கம் என்னென்ன எண்ணினான். அவன் மனம் இருந்த நிலை என்ன என்பதைப் பற்றி விவரிப்பதென்பது முடியாது. அது மிக மிகக் கஷ்டம். கூண்டிலிருந்து விடுபட்ட கிளி, நீரில் மூழ்கிக் கரை ஏறியவன், சிறையினின்று வெளிவந்தான் ஆகியோரின் மனநிலையைப் படமெடுப்பது முடியாத காரியம்.

கடலூர் மூன்று ஆண்டுகளுக்குள் எப்படி எப்படி மாறி விட்டதோ! வக்கீல் என்ன ஆனாரோ! அந்த வம்புக்காரக் கோமளம் என்ன ஆனாளோ? பாபம்! பரந்தாமனின் குடும்பம் என்ன கதியில் இருக்கிறதோ? தனது நண்பர்கள் என்ன எண்ணுகிறார்களோ, பேசுவார்களோ, கொலைகாரன் ஜெயிலுக்குப் போய் வந்தவன் என்று தன்னிடம் பேசவும் வெட்கப்படுவார்களோ என்று எண்ணினான்.

இனி பிழைப்பிற்கு வேறு மார்க்கம் வேண்டுமே. ஏதவாது கூலி வேலை செய்தாவது பிழைக்க வேண்டும். வயிறு ஒன்று இருக்கிறதே, என்ன செய்வது. ஆனால், யார், கொலை செய்த, ஜெயிலுக்குப் போய்வந்த லிங்கத்தை நம்பி வேலைக்கு வைத்துக் கொள்ள முடியும்.

செத்த மனிதனாக்கிவிட்டாளே பாவி. என் தந்தை தன் பொருளைப் புரோகிதப் புரட்டுக்கு அழுதார், நான் என் வாழ்வை இந்தப் பொல்லாத கோமளத்தின் பொருட்டுப் பாழாக்கிக் கொண்டேனே. அவள் பார்வையே எனக்கு நஞ்சாகி விட்டதே என லிங்கம் எண்ணி எண்ணிப் பரிதவித்தான். பாபம்! அவன் நிலைதான் உள்ளபடி என்ன? அன்று பொழுது போவதற்குள், கடலூரை ஒரு சுற்று சுற்றினான். பல பழைய நண்பர்களைப் பார்த்தான். சேதிகள் சொன்னார்கள் ஆனால் ஒருவர்கூட, தோழமை கொள்ளவில்லை.

“அடே! பாவி, லிங்கம். வெளியே வந்துவிட்டாயா? சரி! இனிமேலாகிலும், ஒன்றும் தப்பு தண்டா செய்யாமல், ஏதாகிலும் வேலை செய்து பிழை” என்றும்,

“ஜாக்கிரதை லிங்கம், ஊரிலே இனி எங்கே என்ன நடந்தாலும் உன்பாடுதான் ஆபத்து. போலீசார் உன்மீது எப்போதும் ஒரு கண் வைத்தபடிதான் இருப்பார்கள்” என்றும்.

“நீதான் அந்த லிங்கமா! மறந்துவிட்டேன். சரி! கொஞ்சம் ஜாலியாக நான் வெளியே போகிறேன். என் வீட்டுக்கு மட்டும் வராதேயப்பா” என்றும்,

“வேலையாவது, கீலையாவது, மாடு போலே உழைக்கிறேனென்றாலும் வேலை எங்கேயப்பா இருக்கிறது.

என்னைப் போன்றவனுக்கு வேலை கிடைக்கவில்லை என்றால் உன்னை யார் கூப்பிடப் போகிறார்கள்'' என்றும், அவரவர் எண்ணத்திற்கு ஏற்றபடி பேசினர். ஒரு சிலர் காசு கொடுத்தனர். அன்றைய பொழுது போயிற்று. தனது உற்றார் உறவினர் முகத்தில் விழிக்க அவனுக்குத் துணிவில்லை. அன்றிரவு சாவடியில் படுத்துக் கொண்டு, தான் கேட்ட சேதிகளை எண்ணிப் பார்த்தான்.

என்ன அச் சேதிகள்?

பகுதி: 2

வக்கீல் வரதாச்சாரி, எங்கோ பெரிய உத்தியோகத்திற்குப் போய்விட்டார். ராவ்பகதூர் தமது சொத்தைக் கோமளத்துக்கு எழுதி வைத்துவிட்டு 'கண்ணன் திருவடி' சேர்ந்தார். கோமளம், தனிப்பங்களா எடுத்துக் கொண்டு எங்கோ, சென்னையில் இருப்பதாகவும்-, கோமளத்தின் படம் அடிக்கடி பத்திரிகையிலே வருவதாகவும் சேதி. பரந்தாமன் வீட்டார் பரிதாப நிலைமையில் இருப்பதாகவும் கேள்விப்பட்டான்.

அன்று இரவு முழுவதும் புரண்டு புரண்டு படுத்தான். மணிக்கு மணி வார்டர் கூப்பிடுவது போன்ற கவனம்.

பொழுது புலர்ந்ததும், நேராகப் பரந்தாமன் இருந்த வீட்டிற்குச் சென்றான்.

பரந்தாமனின் குழந்தைகள் வெளியே புழுதியில் புரண்டு கொண்டிருந்தன. அந்த ஏழைக் குழந்தைகளுக்கு அதுதான் விளையாட்டு. கடையிலே பொம்மைகளும், ஊதுகுழலும் இருக்கின்றன. ஆனால், அம்மா காசு கொடுத்தால்தானே! அம்மாவைக் காசு கேட்டால்தான் போட்டு அடித்துத் தம்மை அழவைத்துவிட்டுத் தானும் அழுகிறார்களே. காசு இல்லாத விளையாட்டுச்சாமான், கல்லும், மண்ணுந்தானே! ஆகவேதான் குழந்தைகள் புழுதியில் புரண்டு விளையாடின. பரந்தாமன் இறந்த பிறகு அவனுடைய மனைவி மரகதம் சிறு பலகாரக்கடை வைத்துக் கொண்டு காலந்தள்ளி வந்தாள்.

"அம்மா! யாரோ ஒரு ஐயா வந்தாங்க" என்று கூவினான் குப்பன். அவன்தான் மரகத்தின் மூத்த மகன்.

"யாரய்யா! என்ன வேண்டும்? இட்டிலி சூடா இருக்கிறது" என்று கூறிக்கொண்டே வெளியே வந்த மரகதம், லிங்கத்தைக் கண்டாள். அப்படியே ஸ்தம்பித்து நின்றாள் ஒரு விநாடி. உடனே கோவென ஆத்திரத்துடன் கத்தினாள். "ஆ! பாவி! என் முகத்திலும் விழிக்க வந்துவிட்டாயா! என் குடியைக் கெடுத்தவனே. இங்கேன் வந்தாய்? டே குப்பா, சின்னா, சரசு, அங்கே போக வேண்டாம். அந்தக்

கொலைக்காரப்பாவி, நம்மையும் ஏதோ செய்யத்தான் இங்கே வந்தான். ஜெயிலிலே இருந்து ஓடிவந்து விட்டான். கூப்பிடு போலீசை" எனக் கூக்குரலிட்டாள்.

லிங்கம் அந்தச் சோகக் காட்சியைக் கண்டு தானும் அழுதான். பாவி நான் செய்த பாவத்தின் பயனாக, இந்தப் பாவையும் அவள் மக்களும் வாடுகின்றனரே, என் செய்வேன்! என்னைச் சித்திரவதை செய்தாலும் தகுமே என எண்ணினான் லிங்கம். பிறகு, மரகதத்தை நோக்கி, "அம்மா! நான் செய்தது தப்புதான்..." என்று சமாதானம் சொல்வதற்குள், மரகதத்தின் கூச்சலைக் கேட்டு அங்குக் கும்பல் கூடிவிட்டது. "இங்கேண்டா வந்தாய். என்னா தைரியண்டா இவனுக்கு. போடா வெளியே . கூப்பிட்டு போலீசுகிட்ட கொடுக்கணும்" என்று பலர் மிரட்டினார்கள். லிங்கம் பதிலுக்கு ஒரு வார்த்தை பேசவில்லை. சிலர் அடித்தார்கள். பதிலுக்குக் கையைத் தூக்கவுமில்லை. அவர்கள் துரத்தத் துரத்த ஓடினான். அந்த இடத்தைவிட்டு ஓடி, பழையபடி சாவடியில் படுத்தான். படுத்து கண்கள் சிவக்குமளவு, தலை பளுவாகு மட்டும் தன் நிலையையும், தன்னால் பரந்தாமன் குடும்பம் பரிதவிப்பதையும் எண்ணி எண்ணி அழுதான். அழுது பயன் என்ன? அவனைத் தேற்ற யார் இருக்கிறார்கள். ஆம்! ஒரே ஒரு தங்கை, சிங்கப்பூரில் சீமாட்டியாக இருக்கிறாள்.

கொலைகார லிங்கத்துக்கு, ஒரு தங்கை இருப்பதைக் கூட உலகம் ஒப்புமோ ஒப்பாதோ! மேலும், தங்கை மணம் செய்து கொண்டு சிங்கப்பூர் போனது முதல் வீடு வருவதுமில்லை. கடிதம் போடுவதுமில்லை. தகப்பனார் இறந்தபோது சேதி கூட அனுப்பப்படவில்லை. "தெரியாமல் ஆச்சாரமற்ற அந்தப் பயலுக்குக் கிளியை வளர்த்துப் பூனையிடம் பறிகொடுத்ததைப் போலத் தந்துவிட்டேன். அவனும் என் முகத்தில் விழிக்கக்கூடாது. அந்தப் பெண்ணும் வரக்கூடாது, என் பிணத்தருகே" என்று கூறிவிட்டு இறந்தவர் லிங்கத்தின் தகப்பனார். அவருடைய புரோகிதப் பித்து, சீர்த்திருத்தவாதியான சுந்தரத்துக்குப் பிடிக்கவில்லை. சுந்தரம் மாமனாரைக் கடிந்து பேசலானான். 'போக்கிரிப்பயல்! என்னமோ எல்லாம் தெரிந்தவன் போலப் பேசுகிறான்!' என்று மாமானார் ஏசுவார்; காந்தா பாடு மிகக் கஷ்டமாகிவிடும். யார் பக்கம் பேசுவது. தகப்பனார் கூறும்போது, தன் கணவர் குற்றம் செய்வதாகத்தான் தோன்றுகிறது. கணவர்

விஷயத்தை விளக்கும்போதோ, தகப்பனார் செய்வது ஆபாசம் எனத் தெரிகிறது. இந்தச் சில்லறைச் சண்டை முற்றி, கடைசியில் ஒருவர் முகத்தில் ஒருவர் இனி விழிப்பதில்லை என்று சண்டை போட்டுக் கொண்டு சுந்தரம், தன் மனைவி காந்தாவுடன் சிங்கப்பூர் சென்று, வியாபாரம் செய்து பெரும் பொருள் சேர்த்தான். கடைசிவரை விரோதம் நீங்கவில்லை; அவர்கள் தனியாகவே வாழ்ந்தனர்.

அவர்களை எண்ணினான் லிங்கம், அந்தச் சாவடியில் படுத்துக்கொண்டு.

எவ்வளவு பெரிய மாளிகையோ, என் தங்கை புருஷனுக்கு என்ன அழகான மோட்டாரோ, எத்தனை குழந்தைகளோ, ஒன்றும் எனக்குத் தெரிய மார்க்கமில்லையே! நான் அங்குச் செல்லலாமா? சென்றால் என்னைக் கவனிப்பார்களோ, அன்றி கொலை செய்தவனுடன் கோடீசுவரனான நான் பேச முடியாது எனச் சுந்தரம் சொல்லிவிட்டால் என்ன செய்வது என்றும் எண்ணினான்.

மேலே பார்த்தான் ஒரு கயிறு கட்டித் தொங்கவிடப் பட்டிருந்தது. அவனையும் அறியாது அவன் கைகள் நெஞ்சருகே சென்றன.

தற்கொலை செய்து கொள்வதே நல்லது. நான் ஏன் இருக்க வேண்டும்? பொருள் இழந்தேன். பொன் இழந்தேன், பெற்றோரை இழந்தேன். கொலை செய்தேன், சிறைபுகுந்தேன், இன்று சீந்துவாரில்லை. வேலையில்லை, வாழ வகையில்லை. மரியாதை கிடைப்பதில்லை. மண்தின்று வாழ்வதா! பிச்சை எடுத்துப் பிழைப்பதா? என் செய்வது? அலையில் அகப்பட்ட சிறு குழந்தை, நெருப்பில் விழுந்த புழு, ஆடிக் காற்றில் சிக்கிய பஞ்சு போலவன்றோ எனது நிலை இருக்கிறது. ஏன் நான் வாழவேண்டும்? இறப்பதே நல்லது. இன்றிரவே இந்தச் சாவடியே சரியான இடம். இதோ இக்கயிறே போதும், என் வகையற்ற வாழ்வை ஒரு முடிவுக்குக் கொண்டு வர!

கோமளம், பங்களாவிலே வாழுகிறாள்; அவள் தூண்டு தலால் கெட்ட நான் சாவடியில் புரளுகிறேன்.

பரந்தாமன் ஏன் அடிபட்டு இறந்தான். அவன் குடும்பம் படும்பாட்டைப் பார்த்தால் வயிறு ‘பகீரென’ எரிகிறது.

வக்கீலாம், வக்கீல். கோமளத்தின் சேட்டைகளைத் தெரிந்தும் கண்டிக்காது இருந்து வந்தார். அவருக்குப் பெரிய உத்தியோகம் கிடைத்ததாம். எனக்கோ வேலையில்லை.

‘நான் ஒரு கொலைகாரன்! ஜெயில் பறவை! தீண்டாதான். நடைப்பிணம்! கண்டவர் வெறுக்க, காலந்தள்ளுவதா? ஏன் இந்தப் பிழைப்பு, இன்றே முடித்துவிடுகிறேன் என் சோகமான வாழ்க்கையை’ என்று தீர்மானித்தான். விநாடிக்கு விநாடி அவனது உறுதி பலப்பட்டது. வாழ்க்கையில் வெறுப்பு அதிகரித்தது. அதுமட்டும் பகற் பொழுதாக இல்லாதிருந்தால், அவன் அப்போதே தற்கொலை செய்து கொண்டிருந்திருப்பான். பாழாய்ப்போன சூரியன் எப்போது மறைவானோ, என் வாழ்வும் எப்போது மறையுமோ என்று வாய்விட்டுக் கூறினான். படுத்துப் புரண்டான் சாவடிப் புழுதியிலே. சிவந்த கண்களிலே நித்திரை புகுந்தது. அயர்ந்து தூங்கிவிட்டான், துர்ப்பாக்கியமே உருவென வந்த லிங்கம்.

மணி பனிரெண்டுக்கு மேலாகிவிட்டது. நாகரிக உடை அணிந்த ஓர் ஆள் அங்கு வந்தான். படுத்துக் கிடக்கும் லிங்கத்தைத் தட்டி எழுப்பினான். கண்களைத் திறந்தான் லிங்கம். தனது நண்பர்களிலே ஒருவனும், முன்னாள் தன்னை வீட்டுக்கும் வரவேண்டாமெனக் கடிந்துரைத்தவனுமான, வீரப்பன் சிரிப்புடன் நிற்பதைக் கண்டான்.

“லிங்கம்! எழுந்திரு. இது என்ன, புழுதியிலே படுத்துப் புரளுகிறாயே. இதோ பார்! நான் உனக்கொரு நல்ல சேதி கொண்டு வந்திருக்கிறேன்! இனி நீ பெரிய சீமான்” என்றான். லிங்கத்துக்கு அவ்வளவு சோகத்திலும் சிரிப்புத்தான் வந்தது. “இவன் யாரடா பித்தன்!” என்று எண்ணினான்.

“உன் தங்கை புருஷர் சிங்கப்பூரிலே இறந்துவிட்டாராம். அதற்கு இரண்டு மாதத்திற்கு முன்பே உன் தங்கையும் பிரசவ வேதனையால் இறந்துவிட்டதாம். ஒரு கோடி ரூபாய்க்கு மேற்பட்ட சொத்தை உனக்கு எழுதி வைத்திருக்கிறார் சுந்தரம் பிள்ளை.

இதோபார், பத்திரிகையை'' என்று வீரப்பன் கூறினான். பத்திரிகையைப் பிடுங்கிப் பார்த்தான் லிங்கம்.

'உண்மைதான்! வீரப்பன் சொன்னது நிஜமே!' என்பது விளங்கிற்று.

ஒரு கோடி ரூபாய்க்கு மேற்பட்ட சொத்து வந்து விட்டது, கைதி லிங்கத்திற்கு! கொலைகார லிங்கம் கோடீசுவரர் இனி!

பணம்! பணம்! பஞ்சையாய், பதராய், பலராலும் தூற்றப் பட்டு, பட்டினி கிடந்து படுத்துப் புரண்ட லிங்கம் இனி பணக்காரன். ஒரு கோடி ரூபாய்! ஒரு முழங்கயிற்றால் உயிரைப் போக்கிக் கொள்ள முடிவு கட்டிய நேரத்திலே, ஒரு கோடி ரூபாய் வருகிறது. கயிறு ஏன்? கவலை ஏன்? வெறுப்பு ஏன்? தற்கொலை ஏன்?

''இதோ ஒரு கோடி ரூபாய். உலகம் இனி உன் காலடியில். உற்றார் உறவினர் இனி உன் சொற்படி நடப்பர். இதோ உன்னை ஒரு நாளைக்கு முன்பு வெறுத்த வீரப்பனைப் பார்! விஷயம் அறிந்ததும் வந்துவிட்டான், உன்னைத் தேடிக் கொண்டு. எழுந்திரு! எழுந்திரு லிங்கம்! நான் இருக்கிறேன் உனக்குத் துணை. இந்த நானிலம் முழுதும் இனி உன் அடிமை'' என்று கோடி ரூபாய் சொல்லாமற் சொல்லிற்று.

கோடி ரூபாய்க்குச் சொந்தக்காரனான லிங்கம் வீரப்பனுடன், சாவடியை விட்டுக் கிளம்பினான்.

ஊரார் துரத்தப்பட்டு ஓடிவந்து சாவடியில் படுத்த லிங்கம் ஒரு கோடி ரூபாயின் சொந்தக்காரனாகி, வீரப்பனுடன் சாவடியை விட்டுப் புறப்பட்டு வீரப்பன் மாளிகை சென்றான்.

வீரப்பன் வீடு சென்ற லிங்கம் அங்குத் தங்கியபடியே, சிங்கப்பூர் சேதியின் முழுவிவரமும் தெரிந்து கொண்டான். பிரபல வக்கீல்கள் வலிய வந்து, எப்படி, அந்தச் சொத்தை எடுத்துக் கொள்வதென்பதையும், என்ன செய்வதென்பதையும் சிரித்த முகத்துடன் கூறினர். வீரப்பன், வக்கீலை அழைத்துக் கொண்டு தானே சிங்கப்பூருக்குச் சென்று வருவதாகச் சொன்னான். சரி என ஒப்பினான் லிங்கம். ஆனால் உடனே ஒரு பத்தாயிரம் தேவை என்றான். சேட்ஜி அழைக்கப்பட்டார். ''பத்தாயிரம் போதுமா

பிள்ளைவாள், இருபதினாயிரம் தரட்டுமா" என்று கேட்டபடியே, ஒரே கையெழுத்தைப் பெற்றுக்கொண்டு, பத்தாயிரம் ரூபாய் தந்தான்.

ஆமாம்! ஒரு கையெழுத்து என்றாலும் அது ஒரு கோடீசு வரரின் கையெழுத்தல்லவா?

வீரப்பா, இனி மாதமொன்றுக்கு உனக்கு 200 ரூபாய் சம்பளம். பரந்தாமன் குடும்பத்துக்கு மாதா மாதம் 100 ரூபாய் தரவேண்டும். கோடி ரூபாயோ, இரண்டு கோடியோ, எந்த இழவோ அது எனக்குத் தெரியாது. அதனை மேனேஜ் செய்ய வேண்டியது நீ. நான் கேட்கும்போது எனக்குப் பணம் வேண்டும்." என்று லிங்கம் கூறினான்.

வீரப்பனும் ஒரு வக்கீலுமாகச் சிங்கப்பூர் சென்றனர், செல்வத்தைத் திரட்டிக் கொண்டு வர.

லிங்கம், பத்தாயிரம் ரூபாயை எடுத்துக் கொண்டு சென்னை சென்று, தனி விடுதியில் சமையற்காரன், வேலை ஆள் அமர்த்திக் கொண்டு வாழலானான். மோட்டார் வாங்கியாகி விட்டது.

வாழ்க்கையின் இன்பத்திற்கு வேண்டிய சாதனங்கள் எல்லாம் இருந்தன. உண்ண உணவும், இருக்க இடமும் இன்றித் தவித்தவன், கோடீசுவரனானதும் அதிக ஆனந்தம் அடைவதே இயல்பு என்ற போதிலும், லிங்கத்துக்கு மனோபாவம் அப்படியாகவில்லை. அடிக்கடி பெருமூச்சு விடுவதும், 'இது என்ன உலகம்! மின்னுவதைக் கண்டு மயங்குகிறது. மோசக்காரர் வலையில் இலேசாக விழுகிறது. பாடுபடுவோரைப் பாதுகாப்பதில்லை' என்று முணுமுணுப்பான்.

எங்கே அந்தக் கோமளம்? அவளைக் காண வேண்டும். கண்டு, பழிக்குப்பழி வாங்கி, பாதகி என்று கேட்க வேண்டும். பரந்தாமனின் மனைவியின் பாதத்தில் இவள் விழுந்து மன்னிப்பு கேட்க வேண்டும்.

ஏன் இதைச் செய்ய முடியாது? கோடி ரூபாய் இருக்கும் போது இது கூடவா கஷ்டம். பார்க்கிறேன் ஒரு கை என்று தீர்மானித்தான் லிங்கம்.

ஒரு தினம், வழக்கப்படி லிங்கம் தனது அழகிய மோட்டாரிலே மாலைக் காற்று வாங்கப் போனான். காற்றிலும் கடுவேகமாக வேறொரு மோட்டார் வந்தது. தனது மோட்டரை நொடியில் தாண்டிற்று. பார்த்தான் லிங்கம்.

“டிரைவர், யாருடைய கார் அது?” என்று கேட்டான்.

“அது குமாரி கோமளாதேவி என்பவரின் கார்” என்றான்.

“விடு வேகமாக அதன் பின்னால். உம்! சீக்கிரம்” என்று உத்தரவிட்டான்.

கோமளத்தின் காரைத் துரத்திக் கொண்டு கோடீசுவரனின் மோட்டார் ஓடிற்று. மோட்டார் டிரைவர் அலுக்கிற நேரத்திலே, கோமளத்தின் கார் ஒரு சாலை ஓரமாக நின்றது. லிங்கத்தின் காரும் நிறுத்தப்பட்டது. கோமளம், காரிலிருந்து இறங்கினாள். கூடவே ஒரு குச்சு நாய் குதித்தது. கோமளம் கீழே இறங்கிய உடனே புன்னகையோடு, அங்குமிங்கும் நோக்கினாள்.
தன் மோட்டாரில் அமர்ந்தபடியே லிங்கம் அவளைப் பார்த்தான். மூன்று ஆண்டுகள் அவள் அழகையும் அலங் காரத்தையும் அதிகப்படுத்தினதைக் கண்டான். மூன்று ஆண்டுகள் ஆயினவே யொழிய அவள் பருவத்திலே மூன்று அல்ல; பத்து ஆண்டுகள் குறைந்தவள் போலவே காணப்பட்டாள்.

கடலூரில் இருந்ததைவிட அதிக அலங்காரம்! குலுக்கு நடையிலே விசேஷ அபிவிருத்தி. கொடிபோல வளைந்து நிற்பதிலே ஒரு புது முறை கற்றுக் கொண்டிருந்தாள் கோமளம். மோட்டார் கதவின் மீது சாய்ந்தபடி நின்றாள். அந்தக் குச்சு நாய், அவளுடைய தொடை மீது தாவிப் பாய்ந்தது. ‘சீச்சி, சோமு! கீழே படு. உம்... ஜாக்கிரதை” என்று கொஞ்சினாள் கோமளம். குச்சுநாய் மேலும் ஒரு குதி குதித்து அவள் முகத்தைத் தொட்டது.

'சோமு! கண்ணான சோமு!' என்று மறுபடியும் கொஞ்சி அதனை முத்தமிட்டாள் கோமளம்.
அதே நேரத்தில், லிங்கம் அவள் எதிரில் வந்து நின்றான்!

"ஒரு முத்தம் என்னைக் கெடுத்தது போல, சோமுவையும் கெடுத்துவிடப் போகிறது" என்று கூறினான் சிரித்துக் கொண்டே.

கோமளத்துக்குத் தூக்கிவாரிப் போட்டது போலாகி விட்டது. நாயைக் கீழே போட்டுவிட்டு, மிரள மிரள லிங்கத்தைப் பார்த்தாள்.

"யார்...! லிங்கமா... நீயா...?" என்று கேட்டாள்.

"நானேதான் தேவி! உன் லிங்கந்தான். உன் அழகால் மதிமோசம் போனவனே" என்று புன்சிரிப்புடன் லிங்கம் கூறினான்.

அவன் மிரட்டி இருந்தால், கோபித்துக் கொண்டிருந்தால், அடிக்க வந்திருந்தால்கூட கோமளம் பயந்திருக்கமாட்டாள். ஆனால் அவனது புன்சிரிப்பு அவளுடைய மனத்திலே ஈட்டி போலப் பாய்ந்தது. துளியும் கடுகடுக்காது, மிகச் சாவதானமாக அவன் பேசிய பேச்சு அவளுக்குப் பெரும் பயத்தை உண்டாக்கி விட்டது. தன்னால் சிறைக்கு அனுப்பப்பட்டவன் தன்மீது சீறி விழாது, தன் எதிரில் நின்று சிரிக்கும்போது இது லிங்கமா? அவனது ஆவியா' என்று சந்தேகிக்கும்படித் தோன்றிற்று.

முகத்திலே பயங்கரமும், அசடும் தட்டிற்று. நாக்கிலே நீரில்லை. தொண்டையிலே ஒரு வறட்சி. தன்னையும் அறியாமல் கைகால்கள் நடுங்கின.

சோமு, கோமளத்தின் காலடியில் படுத்தது. சோமு, "என்னைப் போலவே உன்னிடம் மிக அடங்கி இருக்கிறான். பாபம்! அவனுக்கு என்ன கதியோ" என்றான் லிங்கம்.

கோமளத்தின் கண்களிலே நீர் ததும்பிற்று. "குமாரி கோமளாதேவி! வருந்தாதே இதற்குள். நான் உன் காதலன் லிங்கமல்லவா! உன்னுடைய எத்தனையோ காதலரில் நானும் ஒருவன். என் பேச்சு உனக்குக் கசப்பாக இருக்கிறதா? இதோ பார்! என்னிடம் பணமும் இருக்கிறது. உன்னுடைய நாகரிக வாழ்க்கைக்குப் பணம்

வேண்டாமா! அதற்குத்தான் என் போன்றவர்களிடம் பணம் வந்து சேருகிறது. என்ன வேண்டும் உனக்கு. புதுமோஸ்தர் டோலக்கு, வைரத்தில் தேவையா? பூனாகரை பட்டுச் சேலை வேண்டுமா? உதட்டுக்கு உன்னதமான சாயம் வேண்டுமா, பாரிஸ் நகரத்து செண்ட், இலண்டன் நகரத்து சோப், ஜெர்மனி மோட்டார், அமெரிக்க தேசத்து அத்தர், எது வேண்டும் கோமளம்? முன்பு நான் உன் வீட்டு வேலைக்காரனாக இருந்தேன். எனவே என் காதலுக்காக என் இதயத்தை, உழைப்பை, உணர்ச்சியை உனக்குத் தத்தம் செய்தேன். இன்று நான் பணக்காரன். மானே, ஒரு கோடிக்கு மேல் என்னிடம் இருக்கிறது. கொட்டுகிறேன் உன் காலடியில். அதன்மீது நீ தாண்டவமாடு. என் மனத்தை மிதித்து என் வாழ்வைத் துவைத்த கோமளம் இன்று நீ எப்படிக் குமாரி கோமளாதேவியானாயோ அதைப் போலவே கைதியாக இருந்த நானும் கோடீஸ்வரனாகிவிட்டேன். என் நேசம் வேண்டுமா உனக்கு. நேரமிருக்குமா என்னையும் கவனிக்க. இதுவரை எத்தனை பேரை அடிமை கொண்டாயோ'' என்று அடுக்கிக் கொண்டே போனான் லிங்கம். கோமளம் அழுதாள். கண்ணீர் தாடை வழியாக ஓடி வந்தது.

''அழாதே தேவி! மாலை எவ்வளவோ கஷ்டப்பட்டு முகத்தை நீ செய்து கொண்ட அலங்காரம் கெட்டுவிடும். உன் முக அலங்காரத்தை நம்பி, இங்கு எத்தனையோ பேர் வருவார்கள். அவர்கள் நல்ல காட்சியைப் பார்ப்பதைக் கெடுத்துவிடாதே. கண்களைத் துடைக்கட்டுமா?'' என்று கிட்டே நெருங்கப்போகும் சமயம், ''ஹலோ கோமளாதேவி'' என்ற குரல் கேட்டது. கண்களை அவசர அவசரமாகத் துடைத்தபடியே, கோமளம் திரும்பினாள். லிங்கமும் பார்த்ததான்! ஆங்கில உடையுடன் வாயில் சிகரெட்டுடன், முகத்தில் புன்னகையுடன், 25 வயதுள்ள சீமான் வீட்டு வாலிபன் நிற்கக் கண்டான்.

''ஏதாவது இரகசியமா? நான் கெடுத்துவிட்டேனா?'' என்றான் வாலிபன் கோமளத்தை நோக்கி. எப்படியோ புன் சிரிப்பை வரவழைத்துக் கொண்டு கோமளம், ''ஒன்றுமில்லை பாஸ்கர், இதோ இவர் என் நண்பர், மிஸ்டர் லிங்கம்'' என்று வந்தவனுக்கு லிங்கத்தை அறிமுகப்படுத்தி வைத்தாள். ''இவர், சிங்காரச் சோலை ஜெமீன்தார் பாஸ்கர்; எனக்கு நண்பர்'' என்று லிங்கத்திடம் கூறினாள் கோமளம்.

“ரொம்ப சந்தோஷம்” என்றான் லிங்கம். அந்தச் சொல், கோமளத்தின் இருதயத்தைப் பிளந்தது. பாஸ்கரின் முகத்தை மாற்றிவிட்டது. சிறிது நேரம் மூவரும் மௌனமாக நின்றனர். திடீரென, லிங்கம் உரக்கச் சிரித்தான். இருவரும் திடுக்கிட்டுப் போனார்கள்.

“மிஸ்டர் பாஸ்கர்! நாளை மாலை பார்க்கிறேன். குமாரி கோமளம்! நான் விடைபெற்றுக் கொள்கிறேன். உனக்குத் தான் தெரியுமோ நான் ‘பழிக்குப்பழி கொட்டி’ என்ற நாவல் எழுதிக் கொண்டிருக்கிறேன் என்று. திடீரென ஒரு கருத்து வந்தது. உடனே போய் அதை எழுத வேண்டும்” என்று கூறிவிட்டு, அவர்களை விட்டுப் பிரிந்து, காரில் ஏறிக் கொண்டான். மோட்டாரும் அவன் தங்கியிருந்த விடுதியில் போய்ச் சேர்ந்தது.

* * *

ஒரு வாரம் வரையில், லிங்கம், பழைய பத்திரிகைகளைப் படிப்பதும், ஏதேதோ குறிப்பு புத்தகத்தில் எழுதிக் கொள்வதுமாக இருந்தான். யாராரோ அவனிடம் வந்து பேசிக் கொண்டிருந்தனர். ஒரு வாரத்திற்குப் பிறகு சரி! இனி பழிதீர்க்கும் படலம் நம்பர் 1 ஆரம்பமாக வேண்டியதுதான் என்று எண்ணினான்.

அன்றிரவு 10 மணிக்கு மேல் ஒரு முரட்டு மனிதன், லிங்கத்தைத் தேடிக் கொண்டு வந்தான். இருவரும் சிறிது நேரம் பேசிக் கொண்டிருந்தனர். 100 ரூபாய் பெற்றுக் கொண்டு அவன் போய்விட்டான்.

* * *

கடலூரை விட்டு சென்னைக்கு வந்த கோமளம், தனது கணவன் வைத்துவிட்டுப் போன சொத்தை முதலாக வைத்துக் கொண்டு ஆடம்பர அலங்கார வாழ்வு வாழ்வதையும் தனது தளுக்கால் பல பெரிய இடத்து மைனர்களை, ஜெமீன்தாரர்களை மயக்கிப் பணம் பறித்து, பெரும் செல்வம் தேடிக் கொண்டதோடு, ‘பெரிய மனிதர்களின்’ பழக்கத்தால் சமுதாயத்திலே மிக மதிக்கப்பட வேண்டியவர்களிலே ஒருத்தியாகக் கருதப்பட்டு, பத்திரிகைக்காரர்களால் புகழப்பட்டு, அரசியல் தலைவர்கள்,

பாங்கிக்காரர்கள், பெரிய வியாபாரிகள் ஆகியோருடன் சரிசமமான அந்தஸ்துடன் பழகத் தொடங்கிய சாதாரண கோமளம், குமாரி கோமளாதேவி எனக் கொண்டாடப்பட்டு சமூகத்தின் மணியாக ஜொலிக்கலானாள் என்பதைத்தான், லிங்கம் அந்த ஒரு வார காலத்தில் பல ஆதாரங்களைக் கொண்டு கண்டுபிடித்தான். பல ஒற்றர்களை ஏற்படுத்தி அவளுடைய மூன்று ஆண்டு அலுவலர்களையும் திரட்டி குறித்து வைத்துக் கொண்டான். பழைய பத்திரிகைகள் மூலமாக அவள் எவ்வளவு மதிப்புக்குரியவளாகக் கருதப்பட்டாள் என்பதும் தெரியவந்தது.

* * *

வாரந்தவறாது அவளது படம்! எந்த விருந்திலும் அவளுக்கு இடம்! எந்த அரசியல் கூட்டத்திலும் அவளுக்குச் செல்வாக்கு.

குமாரி கோமளா தேவிதான் சென்னைச் சீமாட்டிகள் சங்கத்தின் தலைவி, கலாபிமான மண்டலியின் காரியதரிசி, கீழ்த்திசைக் கலைக் கல்லூரியின் கௌரவ ஆசிரியை, ‘விழி மாதே’ என்னும் பத்திரிகையில் உதவி ஆசிரியை. ஆம்! அவள் இல்லாத இடமே இல்லை. அவளைக் கொண்டாடாத பேர் வழியில்லை.

பரந்தாமனின் கள்ளக் காதலி லிங்கத்தை சிறைக்கு அனுப்பிய காதகி, சென்னையின் சீமான்கள் - சீமாட்டிகள் உலகிலே ஜொலிக்கிறாள்.

லிங்கம், அவளுடைய உண்மை உருவை வெளிப்படுத் துவதென்பதே அசாத்தியம். யார் நம்புவார்கள். சொன்னால் இவன் ஒரு பித்தன் என்று கூறிவிடுவார்கள். அவ்வளவு உயர்ந்த இடத்தில் தங்கி நின்றாள். உருவத்தால் பெண்ணாகவும், உணர்ச்சியால் பேயாகவும் வாழ்ந்து வந்த கோமளம்.

பகுதி: 3

அவளுடைய செல்வமும் செல்வாக்கும் அழிக்கப்பட்டா லொழிய, கோமளத்தை, என்னால் பழிக்குப்பழி வாங்க முடியாது. எனவே எனது முதல் வேலை, கோமளத்தின் பணக் கொட்டத்தை அடக்குவதுதான்.

ஆம்! முள்ளை முள் கொண்டேதான் எடுக்க முடியும். பணத்தைப் பணங்கொண்டே அடக்க முடியும். பார்க்கிறேன் ஒருகை. அவளைப் பராரியாக்கினால்தான் அவள் ஒரு பாதகி என்பது விளங்கும். இல்லையேல் நான்தான் பித்தனெனப் பேசப்படுவேன். எனவே பொறு மனமே பொறு என்று எண்ணி, ஒரு முடிவுக்கு வந்தான், வஞ்சந் தீர்த்துக் கொள்ள வேண்டுமென சென்னைக்கு வந்த லிங்கம்.

எனக்கும் அவளுக்கும் வயது எவ்வளவோ வித்தியாசந் தான்! என்னைவிடக் குறைந்தது 10 ஆண்டுகளாவது அவள் பெரியவளாகத்தான் இருப்பாள். என்றாலும் எனக்கென்னவோ அவள் மீது ஆசை அவ்வளவு இருக்கிறது.''

''எதைக் கண்டு நீ ஆசைப்பட்டாய் தம்பி!''

''எதைக் கண்டா? என்ன அப்பனே, அப்படிக் கேட்கிறாய்? உனக்குக் கண்ணில்லையா! அவளுடைய பார்வை எப்படிப் பட்டது? வாட்டுகிறதே என்னை. அவள்மேனி என் மனத்தை உருக்குகிறதே. அவள் நடையழகை என்னென்பேன். உடை அழகை என்னென்பேன்? உடற்கட்டு உள்ளத்திலே கொள்ளை எண்ணத்தைக் கிளப்புகிறதே. அவள் பேச்சு எனக்குத் தேனாக இருக்கிறதே. நீ பேசிப்பார், அவளோடு. தெரியும் உனக்கு அந்த இன்பம். வேண்டாம் நண்பா, பேசக்கூடாது. என் கண் எதிரே வேறு ஆளுடன் அவள் பேச நான் சகியேன். கண்களைச் சற்றுக் குறுக்கிக் கொண்டு கருத்துத் திரண்டு வளைந்துள்ள புருவத்தைச் சிறிதளவு அசைத்தபடி அவள் பேசும்போது நீ கண்டால் தெரியும், அந்தக் காட்சியின் அழகை! என்னை அந்தச் சிங்காரி சொக்க வைத்து விட்டாள்.

ஆம்! அதிலே அவள் மகா கைகாரி!"

"நண்பா, அப்படிச் சொல்லாதே! அவளை அடைய நான் பட்டபாடு உனக்கென்ன தெரியும். இவ்வளவு பழக்கம் ஏற்பட நான் எத்தனை நாட்கள், வாரங்கள் காத்துக் கொள்டிருந்தேன் தெரியுமோ, மான் குட்டி போலவன்றோ அவள் துள்ளி ஓடினாள்! நான் முதன்முதல் அவள் கைகளைப் பிடித்து இழுத்தபோது அதை எண்ணும்போதே என் உள்ளம் எப்படி இருக்கிறது தெரியுமா?"

"வேதாந்தம் பேசாதே நண்பா!"

"வேதாந்தம் அல்ல தம்பி, அனுபவம்! நான் பட்ட பாடு. உனக்கு வர இருக்கும் ஆபத்து கேள் தோழா! அவளை நம்பாதே. அவள் சிரிப்பிலே சொக்கி வீழ்ந்து சிதையாதே, அவளைத் தீண்டாதே. அவள் ஒரு விபச்சாரி. விபச்சாரியின் தன்மையோடு கொலைகாரியின் மனம் படைத்தவள் அவள்"

பாஸ்கரன், 'பளீர்' என ஓர் அறை கொடுத்தான் லிங்கத்தின் தாடையில்.

'கோமளத்தைக் குறைகூறும் குண்டனே. உன்னைக் கொல்வேன். என் எதிரில் பேசாதே! இனி முகத்தில் விழிக்காதே. போ வெளியே எழுந்து."

லிங்கம் சிரித்துக்கொண்டே, பாஸ்கரன் வீட்டினின்றும் வெளியேறினான்.

'நான் கூண்டிலே போவதற்கு முன்பு இருந்த நிலையில் இருக்கிறான் பாஸ்கரன். இவனாவது அடித்தான் தாடையில். இந்தக் கோமளத்தின் மையலால் சிக்கிய நான் ஆளை அடித்துக் கொன்றே விட்டேனே! பாதகி, அப்படித்தான் ஆளை அடியோடு தன் அடிமையாக்கிக் கொள்கிறாள். ஆடவர் அழியவே அழகைப் பெற்றாள்" என்று எண்ணினான் லிங்கம்.

பாஸ்கரன் என்ற சீமான் வீட்டு மகன், கோமளத்தைக் கண்டு அவள் மையலில் சிக்கியதைக் கடற்கரையிலேயே கண்ட லிங்கம், ஒருநாள், பாஸ்கரன் வீட்டுக்குச் சென்று அவனைத் தடுக்க

எண்ணினான். இருவரும் பேசிய சம்பாஷணையே மேலே தரப்பட்டது. சம்பாஷணையின்போது கோமளத்தைப் பற்றிய உண்மையை எடுத்துச் சொன்ன லிங்கத்தைத்தான், பாஸ்கரன் அடித்தான்.

* * *

காதலால் கருத்தை இழந்த காளையின் கோபத்தைக் கண்டு லிங்கம் வருத்தப்படவில்லை. அவனுக்கே தெரியுமன்றோ அந்த ஆத்திரம், ஆவேசம் பரந்தாமன் மீது பாய்ந்த போது, மனம் இருந்த நிலை! எனவே கோபம் வரவில்லை லிங்கத்துக்கு; யோசனைதான் வந்தது. என்ன செய்வது, இந்த இளைஞனுக்கு வர இருக்கும் ஆபத்தை. எப்படிக் கோமளத்தின் நாகரிகப் போர்வையைக் கிழித்தெறிந்து, அவளுடைய நாசகாலத் தன்மையைக் காட்டுவது என்பதிலேயே லிங்கத்தின் யோசனை இருந்தது.

* * *

கோமளத்தின் செல்வத்தைச் சிதைத்தாலன்றிச் செல்வாக்கைச் சிதைக்க முடியாதென்பது லிங்கத்துக்கு நன்கு தெரியும். பணந்தானே, பராரியாகப் பாழுஞ்சத்திரத்திலே உயிரை மாய்த்துக் கொள்ள இருந்த தன்னை, பட்டினத்துக்குப் புது குபேரனாக் கிற்று. லிங்கத்துக்குப் பணத்தின் சக்தியா தெரியாது? எனவே அந்தப் பாதகிக்குப் பணமெனும் பலம் இருக்கும் வரையில் அவளைப் பகைத்து ஒன்றும் செய்யமுடியாது என்று எண்ணியே வேறு ஏற்பாடுகளைச் செய்து கொண்டு வந்தான். இடையே பாஸ்கரனின் கவலை வந்துவிட்டது. பாபம் பாஸ்கரன்! கோமளத்தையே தனது உயிராக எண்ணினான். தனது குடும்பச் சொத்து மிக விரைவாகவே கரைத்துக் கொண்டு வந்தான். இந்த ஆபத்தைத் தடுக்க வேண்டும் என்று எண்ணினான் லிங்கம். தன் வார்த்தை பாஸ்கரன் காதில் ஏறுமென எண்ணியே அவன் மாளிகை சென்று மந்திராலோசனை கூறினான். ஏறுமா இவன் சொல்! தலையணை மந்திரம் செல்ல இடமுமுண்டோ? தையலின் மையலில் சிக்கிய பிறகு, நண்பன் மொழி என்ன செய்யும், நல்லோர் வார்த்தை எதுக்கு! மன்மதனிடம் மண்டியிட்ட பிறகு மகேஸ்வரனாலும் மீட்க முடியாதே அந்த அடிமையை!

* * *

ஒரு முரட்டு மனிதனை அழைத்து 100 ரூபாய் கொடுத் தனுப்பினான் லிங்கம் என முந்திய இதழில் குறிப்பிடிருந்த தோமல்லவா! அவன் லிங்கத்தின் சொற்படி கோமளத்தின் தோட்டக்காரனாக வேலைக்கமர்ந்தான்.

அவன்தான் லிங்கத்துக்கு ஒற்றன். கோமளத்தின் வீட்டில் நடக்கும் ஒவ்வொன்றையும் விடாது கவனித்துச் சேதி சொல்பவன். விநாடிக்கு விநாடி கோமளம் என்ன செய்கிறாள், யாரைக் காண்கிறாள் என்பதெல்லாம் லிங்கத்துக்குத் தெரியும். கோமளம் இதை அறியாள். லிங்கத்திடம் அவளுக்குப் பயமிருந்தது. ஆனால் தன் மீது வஞ்சம் தீர்த்துக் கொள்ள அவன் விரும்புவது மட்டும் அவளுக்குத் தெரியாது. அவன் மட்டும் 'ஜாடை' காட்டி இருந்தால் போதும், கோமளம் அவனுடன் கூடிக்குலாவத் தயாராக இருந்தாள். அவளுக்கென்ன அந்த வித்தை தெரியாதா? பழக்கமில்லையா! அழகு இருக்கிறது, அதைவிட அதிகமாக 'சாகசம்' இருக்கிறது. பாழாய்ப் போன பருவம் மாறிவிடுகிறதே என்ற கவலைதான்! அவளுக்குப் பவுடரும், மினுக்குத் தைலமும் எத்தனை நாளைகுத்தான் பருவத்தை மறைத்து பாவையாக்கிக் காட்டமுடியும்? இளமை மட்டும் என்றுமே இருக்குமானால் இகத்திலே இவளுக்கு இணை யாருமில்லை என்று ஆகிவிடுவாள் கோமளம். அவ்வளவு கைகாரி! ஆனால் லிங்கம் தன்னை அலட்சியம் செய்வதைக் கண்டாள். மேல்விழுந்து செல்ல மட்டும் பயமாகத்தான் இருந்தது. மேலும், பாஸ்கரன் இருந்தான், பணத்துடன், பித்தம் தலைக்கேறி.

* * *

'சம்போ! சதாசிவம்!' - என்று உருக்கமாகக் கூறிக் கொண்டே, ஜடைமுடியுடன் நெற்றியில் நீறு துலங்க, நீண்ட தொரு காவியாடை அணிந்து, ஒரு சாமி, கோமளத்தின் வீடு சென்றார். பிச்சை போட வேலைக்காரி வந்தாள். அரிசியைக் கொட்டினாள் பையிலே. "அபலையே! இந்தா அருட் பிரசாதம்" என்று கூறியபடி, தன் வெறுங்கையை நீட்டினார் சாமி. வேலைக்காரி விழித்தாள். "ஏன் விழிக்கிறாய், திற வாயை" என்றார் சாமி. திறந்தாள். கையை வாயருகே கொண்டு போனார். எங்கிருந்தோ சீனி வந்தது. சுவைத்தாள் வேலைக்காரி. சாமியின் அற்புதத்தை ஓடோடிச்

சென்று கோமளத்துக்குக் கூறினாள். கோமளம் சாமியை நாட, சாமி பலவித அற்புதங்களைச் செய்து காட்டினார்.

"சாமி! தங்களுக்கு வேறு என்னென்ன தெரியும்" என்றாள் கோமளம். "ஆண்டவனின் அடிமைக்கு அனந்தம் அற்புதம் செய்யத் தெரியும். கைலையங்கிரியான் கடாட்சத்தால் காணாத பொருளைக் கண்டெடுப்பேன் - இல்லாத பொருளை உண்டாக்குவேன் - ஆகாத காரியத்தை ஆக வைப்பேன் - பேயோட்டுவேன் - பித்தம் தெளிவிப்பேன் - இரசவாதம் செய்யவும் வல்லேன். ஆனால் அதை மட்டும் அடிக்கடி செய்வதில்லை" - என்று சாமியார் கூறினார்.

"எல்லாச் சாமிகளுந்தான் இரசவாதம் செய்யமுடியுமெனக் கூறுவது. ஆனால் ஏமாற்றந்தான்" என்றாள் கோமளம்.

"இருக்கலாம் அணங்கே! என் பேச்சு சரியோ, தப்போ! பிறகு பார்ப்போம். நான் இன்று ஒரு ஆரூடம் சொல்கிறேன். நாளை வரச்சொன்னேன். ஆண்டவனறிய வருகிறேன். நான் சொன்னது நடக்கிறதா இல்லையா என்று பாரும் அப்போது" என்று சாமியார் சொன்னார்.

"சொல்லும்" என்றாள் கோமளம்.

"சுகமும் துக்கமும் மாறிமாறி வரும். அது இயற்கை அம்மையே! இன்று சுகமாக இருக்கும் உன் தமையன் நாளை கைது செய்யப்படுவான். இலஞ்சம் வாங்கிய குற்றத்திற்காக-" என்றான் சாமியார். 'என்ன? என் அண்ணா கைது ஆவதா?' என்று திகைத்துக் கேட்டாள் கோமளம்.

பாபம்! நெஞ்சிலே பயம். குலை நடுக்கம்! மாதரசி மனம் நொந்து, "என்ன பயம்? நடப்பன நடக்கும் நானிலத்திலே. இதுவே முறை" என்றார் சாமியார்.

"சுவாமி! என்னைச் சோதிக்க வேண்டாம்" என்று கெஞ்சி னாள் கோமளம். "மாதே! நான் ஏன் சோதிக்க வேண்டும். சோமேசன் என்னையன்றோ சோதிக்கிறார்" என்றார் சாமியார்.
"என்ன அது?" என்றாள் கோமளம்.

“உன் அண்ணனைக் காப்பாற்றி உன் மனத்தைக் குளிர வைக்க வேண்டுமென்று ஓர் எண்ணமும் என் உள்ளத்திலே எழுகின்றது. அதே நேரத்திலே அடாது செய்தவர் படாதபாடு படுவதன்றோ முறை! நாம் ஏன் அதிலே குறுக்கிட வேண்டுமெனவும் தோன்றுகிறது. ஆண்டவன் என்னைச் சோதிக்கிறான்” என்றார் சாமியார்.

“சுவாமி! எப்படியேனும் என் அண்ணாவைக் காப்பாற்றும். அவர் ஆபத்திலே சிக்கிக்கொண்டதென்னமோ உண்மைதான். என்ன செய்வது அதற்கு” என்றாள் கோமளம்.

“மாதே! ஒன்று செய். உன் அண்ணனை இங்குவரச் சொல். நாளை நாம் மூவருமாகச் செல்வோம். இரவு பன்னிரண்டு மணிக்கு மேல் இடுகாட்டில் என் அண்ணல் ஏகாந்தனுக்கு ஒரு பூஜை நடத்துவோம். அவர் காப்பாற்றுவார். உமது அண்ணன், தான் இதுவரை செய்த தவறை ஒன்று விடாது எழுதி அதை இலிங்கேசன் பாதத்திலே வைத்து வணங்கவேண்டும். ஆண்டவன் அருள் புரிவார்” என்று கூறிவிட்டு விடைபெற்றுக் கொண்டு போனார் சாமியார்.

* * *

கவலையுடன் உள்ளே சென்ற கோமளம், தனது படுக்கை யறையில் ஒளிந்து கொண்டிருந்த தனது அண்ணன் வக்கீல் வரதாச்சாரியிடம் சாமியாரைப் பற்றிச் சொல்ல, அவனும் ஏற்பாட்டுக்கு ஒப்பினான்.

மறுநாள் இரவு 10 மணிக்குச் சாமியார் வந்தார். வரவேற்று இருவரும் வணங்கினர். ‘எழுதி விட்டீரோ ஆண்டவனுக்கு விண்ணப்பத்தை’ என்று கேட்க, ‘ஆம்’ என்று சொல்லி ஒரு கடிதத்தைக் கொடுத்தார். வக்கீலாக இருந்த பிறகு ஒரு ஜெமீனில் திவானாக இருந்து கள்ளக் கையொப்பம், இலஞ்சம் முதலிய பல செய்து, விஷயம் வெளிவந்துவிடவே சென்னைக்கு ஓடிவந்து தங்கையிடம் சரண் அடைந்த வரதாச்சாரி. சாமியார் அதை வாங்கிப் படித்துக்கூடப் பார்க்கவில்லை. சிறிது நேரம், மூவரும் ஆண்டவனைத் தொழுதனர்.

மணி பனிரெண்டடித்தது. மூவரும் சுடுகாடு செல்லப் புறப்பட்டனர். வீட்டு வாயிலை அடைந்ததும், எங்கிருந்தோ போலீசார் திடீரெனத் தோன்றினர். வரதாச்சாரியைக் கைது செய்தனர். சாமியிடமிருந்த பையையும் பிடுங்கிக் கொண்டனர். அதிலேதான் வரதாச்சாரி தன் குற்றம் பூராவையும் எழுதி வைத்திருந்த கடிதம் இருந்தது. மூவரும் போலீஸ் ஸ்டேஷனுக்கு அழைத்துச் செல்லப்பட்டனர். அங்குப் போலீஸ் கமிஷனரே இருந்தார்.

“மிஸ்டர் லிங்கம்! சபாஷ்! சரியான வேலை செய்தீர். ஆசாமி அகப்படாமலே மூன்று மாதமாகத் தலைமறைந்து கிடந்தான்” என்று கூறி சாமியாரைத் தட்டிக் கொடுத்தார். ஜடை முடியுடன் விளங்கிச் சாகசமாகக் கோமளத்தை – வரதாச்சாரியையும் ஏய்த்த லிங்கம் சிரித்தான். சொல்ல வேண்டுமா கோமளத்தின் கோபத்தை. தோட்டக்காரனாக நடிக்கும் ஒற்றன் மூலமாக வரதாச்சாரி மீது பலவித குற்றமிருப்பதைக் கோமளம் கேள்விப்பட்டு வருந்தின சேதியும், வரதாச்சாரி தப்பு தண்டா செய்துவிட்டு தலை மறைந்த சேதியும், திருட்டுத்தனமாக வீடு வந்த சேதியும் கேள்விப்பட்டு, சாமிவேடம் பூண்டு, லிங்கம், வரதாச்சாரியைச் சிக்க வைத்தான். கோமளத்தின் கொட்டம் அடங்கும் இனி என்று எண்ணி மகிழ்ந்தான்.

* * *

வரதாச்சாரியின் வழக்கு ஆரம்பமானதும், கோமளத்தைக் கொண்டாடி வந்த கூட்டம் கொஞ்சங் கொஞ்சமாகக் குறைந்து விட்டது. அண்ணனைப் போலத்தான் இவளும் இருப்பாள் என்று பேசிக் கொண்டனர். பாஸ்கரன் மட்டும், அவளையும், அவளுக்காக வரதாச்சாரியையும்கூடப் புகழ்ந்தே பேசினான்.

வழக்கு காரணமாக, கோமளத்தின் பணம் பஞ்சாய் பறந்தது. அலைச்சல், மனக்கலக்கம், எவ்வளவு பணத்தை வாரி வீசியும் ஒன்றும் பயனில்லாமலே போய்விட்டது. வரதாச்சாரிக்கு ஏழு வருடக் கடுங்காவல் தண்டனை விதிக்கப்பட்டது.

* * *

வழக்கு முடிந்த மறுதினம்...

"குமாரி கோமளாதேவியின் அண்ணன் வரதாச்சாரிக்கு மோசடி குற்றத்திற்காக 7 வருடம் கடுங்காவல் தண்டனை விதிக் கப்பட்டது." என்ற சுவரொட்டி சென்னை முழுவதும் ஒட்டப் பட்டது. அதற்காக லிங்கத்துக்குச் செலவு இருநூறு ரூபாய். ஆனாலும் இரண்டாயிரம் ரூபாய்க்கு மேலாகச் செலவிட்டாலும் வராத அளவு ஆனந்தம். பழி தீர்த்துக் கொண்டோம். இனி அவள் வெளியே தலைநீட்ட முடியாது. ஒழிந்தது அவள் பணம். மீதமிருப்பது அவளுடைய டம்பத்துக்குக் காணாது; செல்வாக்கு அற்றுவிட்டது. செத்தாள் அவள் - எண்ணி எண்ணி மகிழ்ந்தான்.

* * *

இவ்வளவு நடந்தும் பாஸ்கரனின் மனம் மாறவில்லை. முன்னைவிட மோகம் அதிகரித்தது. கோமளமும், உலகம் தன்னை இனி வெறுத்து ஒதுக்கும் என்பதை நன்கு தெரிந்து கொண்டதால் பாஸ்கரனையும் விட்டுவிட்டால் வீதியில் திண்டாட வேண்டி வரும் என்பதைத் தெரிந்து கொண்டு, அவனிடம் அளவற்ற ஆசை கொண்டவன் போல நடித்தாள். குடும்பமோ பெருத்துவிட்டது. வரதாச்சாரியின் மனைவி, குழந்தைகள், கோமளத்திடம் வந்து விட்டனர். இந்நிலையில் பாஸ்கரனின் தந்தை இறந்துவிட்டார். இந்தத் துக்கச் சேதி கோமளத்துக்குப் புதிய ஆனந்தத்தைக் கொடுத்தது. ஏனெனில், பாஸ்கரன் தந்தையின்கீழ் பிள்ளையாக இருந்ததால் அதிக தாராளமாகப் பணத்தை இறைக்க முடியாதிருந்தான். தந்தை போனபின், பாஸ்கரனே ஜெமீன்தார். எனவே இனி கோமளம் ஒரு ஜெமீன் தாரணியன்றோ! பாஸ்கரன் கோமளத்தை ரிஜிஸ்தர் மணம் செய்து கொள்ளவும் ஏற்பாடு செய்ய ஆரம்பித்துவிட்டான். இச்சேதி கேட்டு லிங்கம் துடிதுடித்தான். எந்தப் பாடுபட்டாவது இந்த மணம் நடக்க ஒட்டாது தடுத்தே தீரவேண்டும் எனத் தீர்மானித்தான். பாஸ்கரனோ யார் வார்த்தையும் கேட்கமாட்டான். தன்னை ஒரு பகைவனாகவே கருதிவந்தான். என் செய்வது?

கோமளத்தின் கெட்டகாலம் மாறி மறுபடியும் அவள் சீமாட்டியாக வாழ்வதைக் கண்ணால் காண்பதைவிட, தான் பழையபடி பஞ்சையாகிப் போவதேமேல் என்று எண்ணினான். ஆனால்

வீரப்பன், கணக்குப்படி, எவ்வளவோ செலவிட்டும், லிங்கத்தின் பணம் குறையவில்லை. வீரப்பன் லிங்கத்தின் சொத்தைக் கொண்டு ஆரம்பித்த வியாபாரம் நல்ல இலாபத்தைத் தந்தது. எனவே, பணத்துக்குப் பஞ்சமில்லை! ஆனால் பாதகி கோமளம் மறுபடியும் சீமாட்டியாவதா. அதுதானே கூடாது என்று எண்ணி எண்ணி வாடினான் லிங்கம். அந்த பாஸ்கரன் மட்டும் அவளைக் கைவிட்டால் போதும், அவள் கொட்டம் அடியோடு அடங்கும். அவனோ அவளைக் கலியாணம் செய்து கொள்கிறானாமே. இதற்கென்ன செய்வது என்று ஏங்கினான்.

* * *

ஒரு நாள் இரவு தோட்டக்கார ஒற்றன் ஓடோடி வந்து ஏதோ சேதி சொல்லிவிட்டுப் போனான். உடனே மோட்டாரை ஓட்டிக் கொண்டு லிங்கம் நகரின் கோடியில் இருந்து ஒரு சிறு தெருவுக்குச் சென்றான். ஒரு வீட்டினுள்ளே போனான்.

ஒரு நடுத்தர வயதுடைய மாது "வாங்கய்யா, உட்காருங்கோ! எங்கிருந்து வருகிறீர். அம்மா, அம்புஜம் ஏதோ வெட்கப்படாதே - தாம்பூலம் எடுத்துவா" என்றாள். அது ஒரு தாசி வீடு. அம்புஜம் என்ற பெண் தாம்பூலத்தை எடுத்து வந்து வைத்துவிட்டு வெட்கப்பட்டாள். அது அவளுடைய வாழ்க்கை வித்தையிலே ஒரு முக்கியமான பாகம்.

"அம்மா! நான் வந்த விஷயம் வேறு. நீங்கள் எண்ணுவது வேறு. அம்புஜம். நாட்டியம் ஆடுமென்று கேள்விப் பட்டேன். பிரபலமான கலா மண்டபத்திலே பயிற்சியாமே! எனக்கு நாட்டியக் கலையிலே கொஞ்சம் ஆசை" என்றான் லிங்கம். நாட்டியம் ஆடும்; ஆனால் குழந்தைக்கு இப்போது கொஞ்சம் உடம்பு சரியில்லை என்றாள் தாய்.

'கலாமண்டபத்திலே நல்ல பயிற்சிதானோ?' - என்று கேட்டான் லிங்கம்.

'பயிற்சிதான்' என்று இழுத்தாற்போல் பதில் கூறினாள் அம்புஜம்.

“ஆயிரம் ரூபாய் இப்போதே தருகிறேன் அம்புஜம், கலா மண்டபத்தின் மர்மத்தை எனக்குச் சொல்லு. உங்களுக்கு ஓர் ஆபத்தும் வராதபடி நான் பார்த்துக் கொள்கிறேன். கோமளம் செய்த கொடுமைகளை மட்டும் சொல்லு எனக்கு. நீ நேற்று அவள் வீடு சென்று அழுதவரைக்கும் விஷயம் தெரியும். ஆகவே ஒன்றையும் ஒளிக்காதே. நான் உன்னைச் சிக்க வைக்க மாட்டேன்; நடந்ததைக் கூறு” என்று கேட்டான் லிங்கம்.

வெகுநேரம் வரையில் விஷயத்தைக் கூற அம்புஜம் ஒப்பவில்லை. பிறகு சொல்லிவிட்டாள்.

“அந்தப் பாவி கோமளம், எங்களை எல்லாம் வீணாக வஞ்சித்து, பெரிய ஆட்களுக்கு அந்தக் கலாமண்டபத்தை விபசார விடுதியாக்கிப் பணம் சேர்த்தாள். இப்போது அதைக் கலைத்து விட்டாள். நாங்கள் கஷ்டப்படுகிறோம். அவள் அதுமட்டுமா செய்தாள். எத்தனையோ பெண்களே, எங்கோ வடநாட்டிலே ஓர் ஊர் இருக்கிறதாம்.அங்கு விற்று வந்தாள். அவள் செய்த கொடுமை கொஞ்சமல்ல” என்றாள் அம்புஜம்.

“எனக்கு ருஜு வேண்டுமே” என்று கேட்டான் லிங்கம்.

“இதை எப்படி ருஜு செய்வது. நேற்றுகூட இவளால் விற்கப்பட்ட பெண் எனக்குக் கடிதம் எழுதியிருக்கிறாள்” என்றாள் அம்புஜம்.

“அதுவே போதுமே! எங்கே எடு அக்கடிதத்தை” என்றான் லிங்கம்.

அதிலே, ‘பாவி கோமளம் என்னைக் கெடுத்துக் குட்டிச் சுவராக்கி, குடிகாரனுக்கு விற்றுவிட்டாள். நான் இங்குத் தவிக்கிறேன். அவள் என்னைக் கன்னிகை என்று சொல்லி ஏமாற்றி, 2000 ரூபாய்க்கு விற்று விட்டாளாம். நான் கன்னிகை அல்ல என்று அவனுக்குத் தெரிந்து விட்டது. என்னைக் கொல்லுகிறான் குடிகாரன்.’

என்று அந்த அபலை தன் கதையை எழுதியிருந்தாள். ஆயிரம் ரூபாயைக் கொடுத்து, அக்கடித்தை வாங்கிக் கொண்டான் லிங்கம். இனி தீர்ந்தது கோமளத்தின் வாழ்க்கை எனக் குதித்தான்; வீடு வந்தான்.

* * *

“மிஸ்டர் பாஸ்கர்! பேசுவது லிங்கம்... அடடே, கொஞ்சம் இருப்பா, விஷயம் முக்கியமானது. கோபிக்காதே! உனக்கு எப்போது கலியாணம்.”

“உனக்கு அதைச் சொல்ல வேண்டிய அவசியமில்லை”

“மிஸ்டர் பாஸ்கர்! இன்றிரவு கோமளம் என்னிடம் கொஞ்சி விளையாடி முத்தமிடுவதை நீ கண்டால் என்ன பரிசு தருவாய்...?

“துப்பாக்கியால் அவளையும் உன்னையும் சேர்த்துச் சுடுவேன்...”

“துப்பாக்கி இல்லையானால்-”

“விளையாடாதே.”

“கேள் பாஸ்கர்! நாளை இரவு பத்து மணிக்கு, நீ இங்கு வர வேண்டும். இங்கு நான் சில காட்சிகளைக் காட்டுகிறேன். பிறகு தாராளமாகக் கோமளத்தைக் கலியாணம் செய்து கொள்ளலாம்.”

“சரி! வருகிறேன்-”

இந்த டெலிபோன் சம்பாஷணைக்குப் பிறகு...

“கோமளந்தானே பேசுவது.”

“ஆமாம், நீங்கள்...”

“பழைய காதலன்...”

“நான்சென்ஸ்...”

“உன் கலியாணத்துக்கு ஏதாவது பரிசு தர வேண்டாமா? லிங்கத்தின் பரிசு வராமல் கலியாணம் நடக்கலாமா...”

“என்னிடம் வீண் வார்த்தை பேச வேண்டாம்.”

“இதேதான் கலாமண்டலி அம்புஜம்கூடச் சொன்னாள்.”

“என்ன? அம்புஜமா? அது யார்?”

“அவள்தான் உனது கலா மண்டல நட்சத்திரம். கல்வி மண்டபத்தில் கெட்டவள். அவளுக்கு நீ விற்ற பெண் கடிதம் எழுதினாள். ஆயிரம் ரூபாய்க்கு அதை விலைக்கு வாங்கினேன். பாஸ்கரனுக்கு அதைத்தரப் போகிறேன். இன்றிரவு 9 மணி முதல் 10 மணிவரை நீ என்னுடன் தனித்திருக்கச் சம்மதித்தால் - கடிதம் கொளுத்தப்படும். இல்லையேல் கொடுக்கப்படும். ‘லிங்கம்... லிங்கம்... ஹலோ!’ ...டெலிபோனைக் கீழே வைத்துவிட்டு லிங்கம் சிரித்தான்.

* * *

இரவு 9 மணிக்கு லிங்கத்தின் வீடு நோக்கி கோமளம் வந்தாள். என் செய்வாள் பாபம். அந்த ஒரு கடிதம் அவளுக்கு எமனன்றோ?

மலர்ந்த முகத்துடன் வரவேற்றான் லிங்கம்.

அவளுக்கு முகத்தில் ஈயாடவில்லை. பயம், நடுக்கம், கண்களிலே நீர் ததும்பிற்று. நேரே இருவரும் படுக்கை அறை சென்றனர். கடிதத்தைப் படித்துக் காட்டினான் லிங்கம். கோமளம் அழுதாள்.

“லிங்கம்! போதாதா நீ என்மீது வஞ்சந்தீர்த்துக் கொள்வது? இந்த உதவி செய். கடிதத்தைக் கொளுத்தி விடு. பாஸ்கரனை நான் மணக்காவிட்டால் என் வாழ்வு பாழாகிவிடும்.

“கோமளம்! உனக்குப் பாஸ்கரன் மீது காதலா?” என்று கேட்டான் லிங்கம்.

“ஆம்! தடையில்லாமல், கடைசிவரை கெட்டவளாகவா இருப்பேன். எனக்குப் புத்தி வந்துவிட்டது” என்றாள் கோமளம்.

“அதைப் போலவே உன்மீதும் எனக்கு ஆசை வந்து விட்டது. அதோ உன் அழகிய உதடு என்னை அழைக்கிறது. முத்தம் வேண்டும் கோமளம்! மூன்று முத்தங்கள் கொடு,

இக்கடிதத்தை உன்னிடம் கொடுத்து விடுகிறேன்'' என்றான் லிங்கம்.

"நிஜமாகவா! உள்ளபடி என் முத்தம் உமக்கு வேண்டுமா'' என்று கேட்டாள் கோமளம்.

"ஆமாம்; கொடு! ஆசையுடன் கொடு!'' என்று ஆவேசம் வந்தவனைப்போலக் கேட்டான் லிங்கம்.
அவன் மீது பாய்ந்து விழுந்தபடி கோமளம், ஒன்று, இரண்டு, மூன்று நான்கு ஐந்து என முத்தங்களைக் கொடுத்த வண்ணமிருந்தாள்.

"போதுமடி உன் முத்தம்'' என்று கூறியபடி பாஸ்கரன் அவள் மயிரைப் பிடித்து இழுத்தான். லிங்கம் சிரித்தான். கோமளத்தின் கோபம், எப்படித்தான் இருந்ததென்று யாராலும் சொல்லமுடியாது. வாயில் வந்தபடி திட்டிக் கொண்டே ஓடிவிட்டான். பாஸ்கரன், "எனக்கு நீதான் குரு'' என்று லிங்கத்தின் அடி பணிந்தாள்.

கோமளத்தின் வாழ்க்கை, கிடுகிடுவெனக் கீழே வந்து விட்டது. கடைசியில் அவள் பகிரங்கமான விபசாரியாகி, விபசார சட்டத்தின்படி தண்டிக்கப்பட்டாள்.

லிங்கம் தனது வியாபாரத்தையும், சொத்தையும், ஒரு பகுதி பரந்தாமன் குடும்பத்துக்கும், மற்றொரு பகுதி விபசாரிகள் மீட்பு சங்கத்துக்கும் ஒதுக்கி வைத்துவிட்டு தனது நண்பர்களிடம் விடைபெற்றுக் கொண்டு தானாகப் பொருள் தேட சிங்கப்பூர் சென்றுவிட்டான்.

(குடியரசு - 1939)

★★★

9 788198 796325

Printed at Repro India Ltd.